Dear Zoo

ਪਿਆਰੇ ਚਿੜੀਆਘਰ

Rod Campbell

INGHAM YATES

I wrote to the zoo

to send me a pet.

They sent me an ...

ਮੈਂ ਚਿੜੀਆਘਰ ਨੂੰ ਲਿਖਿਆ

ਕਿ ਉਹ ਮੈਨੂੰ ਪਾਲਤੂ ਜਾਨਵਰ ਭੇਜਣ।

ਉਨ੍ਹਾਂ ਨੇ ਮੈਨੂੰ ਭੇਜਿਆ ...

He was too big!
I sent him back.

ਇਹ ਬਹੁਤ ਵੱਡਾ ਸੀ !
ਮੈਂ ਇਹ ਵਾਪਸ ਕਰ ਦਿੱਤਾ।

So they sent me a ...

ਸੋ ਉਨ੍ਹਾਂ ਮੈਨੂੰ ਭੇਜਿਆ . . .

He was too tall!
I sent him back.

ਇਹ ਬਹੁਤ ਲੰਮਾ ਸੀ !
ਮੈਂ ਇਹ ਵਾਪਸ ਕਰ ਦਿੱਤਾ ।

So they sent me a . . .

ਸੋ ਉਨ੍ਹਾਂ ਮੈਨੂੰ ਭੇਜਿਆ . . .

He was too fierce!
I sent him back.

ਇਹ ਬਹੁਤ ਖ਼ੂੰਖ਼ਾਰ ਸੀ !
ਮੈਂ ਇਹ ਵਾਪਸ ਕਰ ਦਿੱਤਾ ।

So they sent me a ...

ਸੋ ਉਨ੍ਹਾਂ ਮੈਨੂੰ ਭੇਜਿਆ ...

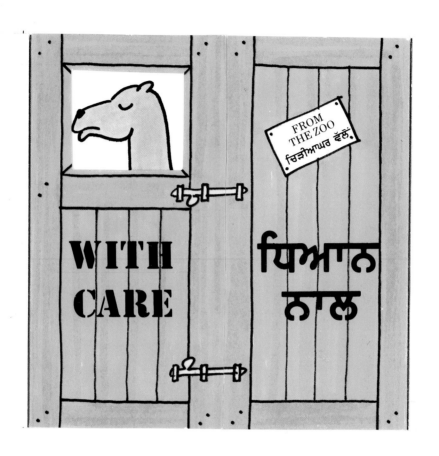

He was too grumpy!
I sent him back.

ਇਹ ਬੜਾ ਖਰ੍ਹਵਾ ਸੀ !
ਮੈਂ ਇਹ ਵਾਪਸ ਕਰ ਦਿੱਤਾ।

So they sent me a . . .

ਸੋ ਉਨ੍ਹਾਂ ਮੈਨੂੰ ਭੇਜਿਆ . . .

He was too scary!
I sent him back.

ਇਹ ਬਹੁਤ ਡਰਾਉਣਾ ਸੀ !
ਮੈਂ ਇਹ ਵਾਪਸ ਕਰ ਦਿੱਤਾ ।

So they sent me a...

ਸੋ ਉਨ੍ਹਾਂ ਮੈਨੂੰ ਭੇਜਿਆ...

He was too naughty!
I sent him back.

ਇਹ ਬਹੁਤ ਸ਼ਰਾਰਤੀ ਸੀ !
ਮੈਂ ਇਹ ਵਾਪਸ ਕਰ ਦਿੱਤਾ ।

So they sent me a...

ਸੋ ਉਨ੍ਹਾਂ ਮੈਨੂੰ ਭੇਜਿਆ...

He was too jumpy!
I sent him back.

ਇਹ ਬਹੁਤ ਟਪੂਸੀਆਂ ਮਾਰਦਾ ਸੀ !
ਮੈਂ ਇਹ ਵਾਪਸ ਕਰ ਦਿੱਤਾ ।

So they thought
very hard, and
sent me a …

ਸੋ ਉਨ੍ਹਾਂ ਬੜੀਆਂ ਸੋਚਾਂ
ਪਿੱਛੋਂ ਮੈਨੂੰ
ਭੇਜਿਆ …

FROM ALL
YOUR FRIENDS
AT THE ZOO
ਚਿੜੀਆਘਰ ਦੇ
ਤੁਹਾਡੇ
ਸਾਰੇ ਦੋਸਤਾਂ ਵੱਲੋਂ

He was perfect!
I kept him.

ਇਹ ਤਾਂ ਕਮਾਲ ਸੀ !
ਮੈਂ ਇਹਨੂੰ ਰਖ ਲਿਆ ।

INGHAM YATES DUAL LANGUAGE BOOKS
Titles and Languages Available

DEAR ZOO
Written and illustrated by
Rod Campbell

Bengali and English	1 870045 08 4
Hindi and English	1 870045 09 2
Punjabi and English	1 870045 10 6
Urdu and English	1 870045 11 4

NOT NOW, BERNARD
Written and illustrated by
David McKee

Bengali and English	1 870045 05 X
Gujarati and English	1 870045 06 8
Urdu and English	1 870045 07 6

THE UGLY DUCKLING
Adapted and illustrated by
Susan Hellard

Bengali and English	1 870045 00 9
Gujarati and English	1 870045 01 7
Punjabi and English	1 870045 02 5
Urdu and English	1 870045 03 3
Vietnamese and English	1 870045 04 1

*Libraries and schools should order
on official stationery from:*

Baker Books
10/11 Manfield Park
Guildford Road
Cranleigh
Surrey
GU6 8NU
or their local bookshop.

Trade orders to:
Ingham Yates Ltd.
40 Woodfield Road
Rudgwick
Horsham
West Sussex
RH12 3EP